मानवतेचा महान सेवक

# अब्राहम लिंकन

रा.वा. शेवडे गुरुजी

मेहता पब्लिशिंग हाऊस

◆ **MANAVTECHA MAHAN SEVAK ABRAHAM LINCOLN**
by R.V. Shevade Guruji

◆ **मानवतेचा महान सेवक अब्राहम लिंकन** / कुमार साहित्य
रा.वा. शेवडे गुरुजी



◆ संस्थापक : सुनील अनिल मेहता

प्रकाशक : मेहता पब्लिशिंग हाऊस प्रा. लि.,
१९४१ सदाशिव पेठ, माडीवाले कॉलनी, पुणे - ४११०३०.
E-mail : production@mehtapublishinghouse.com
Website : www.mehtapublishinguhose.com

◆ मुद्रक
श्री मुद्रा

◆ प्रथमावृत्ती : सप्टेंबर, २०१७
पुनर्मुद्रण : फेब्रुवारी, २०२३

◆ मुखपृष्ठ व आतील चित्रे
देविदास पेशवे

◆ किंमत
₹ १६०

◆ P Book ISBN 9789386745453

---

हे मानवतेच्या महान सेवका,

तुला इहलोकीची यात्रा संपवून शंभरहून अधिक वर्षे लोटली तरी तुझी स्मृती आजही आमच्या हृदयात ताजी आहे. तू जेथे जन्मलास ती केंटकीतली लाकडी झोपडी, तू जेथे बालपण घालविलेस ती नॉब् क्रीकची शेतवड, बॉबी, एडी, विली, टेड अशा चार मुलांना तू जेथे जन्म दिलास ते तुझे स्प्रिंगफील्डचे घर, अमेरिकेच्या अध्यक्षपदी तू दोनदा निवडून आलास तेथील तुझे स्मारक - छत्तीस संस्थानांचे प्रातिनिधिक असे छत्तीस खांब असलेला तो संगमरवरी हॉल, त्यातील एकोणीस फूट उंचीचा खुर्चीवर आसनस्थ असा तुझा पुतळा, चिखलातल्या डुकराला जीवदान देणारा तुझा दयाशील चेहरा, ग्रेस बेडेलने वाढवायला लावलेली तुझी दाढी, आईने कुरळे करण्याकरिता धडपड केलेले ते तुझे राठ केस, शेजाऱ्याच्या शेताच्या कुंपणासाठी तीन हजार खांब तयार करणारे तुझे बलशाली हात, पुतळ्याच्या पाठीमागे उंच संगमरवरी भिंतीवर कोरलेला तो शिलालेख -

- ज्यांच्यासाठी अमेरिका एकसंघ राखली त्या लोकांच्या अंत:करणातल्याप्रमाणे अब्राहम लिंकनची स्मृती या मंदिरात जपून ठेवली आहे.

सारेच कसे भव्य व दिव्य!

तू राष्ट्रासाठी श्रमलास व मेलास, तुला स्वातंत्र्यप्रेमी महाराष्ट्रीयांच्या नव्या पिढीच्या वतीने माझे अनंत प्रणाम.

**– रा.वा. शेवडे गुरुजी**

# प्रास्ताविक

चार घोडेस्वार. स्वार जसे उमदे, तसे घोडेही. तीन घोडे पिंगट रंगाचे, एक काळ्या रंगाचा. स्वार सुटाबुटात, उंच टोप्या घातलेले. आपल्या गावाहून शहराला उद्योगाला ते चालले होते. तीन होते वकील, एक होता न्यायाधीश. वकील न्यायासाठी भांडतात. न्यायाधीश न्याय देतात. पण हा वाद, हा झगडा कोर्टात चालतो. एरवी सर्वांची बैठक एकत्र.

तशाच त्यांच्या गप्पा चालल्या होत्या. त्यांच्यातील एक वकील वयाने लहान होता. नुकतीच त्याची पंचविशी उलटून गेली होती. पण तो सर्वांत उंच होता, काटक होता, सशक्त होता, आत्मविश्वासू होता, बोलका होता. काळ्या घोड्यावर तो आरूढ झाला होता. इतरांचे घोडे थोडे पुढे होते. त्याचा घोडा थोडा मागून जात होता.

रस्त्याने जाता जाता त्यांच्या कानी ''कुईंग! कुईंग!'' असा आवाज आला. त्या आवाजाकडे त्या तिघा घोडेस्वारांचे लक्ष गेले नाही; पण काळ्या घोड्यावरच्या त्या उंच वकिलाचे लक्ष गेले. रानावनात, कष्ट करण्यात सारे जीवन गेल्यामुळे प्राण्यांचे आवाज तो ओळखत होता. त्याने ताडले; कोणी अभागी प्राणी संकटात आहे. सुटकेसाठी आर्ततेने ओरडत आहे. त्याने आपल्या मित्रांना हाकारले, म्हणाला, ''मित्रहो, थोडं थांबा, ऐकलात आवाज? त्या झाडवेलीकडून येत आहे असं वाटतं!''

भिडेखातर ते चारही घोडेस्वार त्या झाडाजवळ गेले. तेथे त्यांना एक विचित्र दृश्य दिसले. एका डबक्यात चिखल साचला आहे. त्यात एक डुक्कर अडकून पडले आहे. बाहेर येता येईना म्हणून, ते मदतीसाठी ओरडत आहे. त्याची ती करुणामय अवस्था पाहून तो उंच वकील गहिवरला व आपल्या मित्रांना म्हणाला, ''दोस्त हो, आपण या डुकराला बाहेर काढू या.''

सर्वांना ही कल्पना विक्षिप्तपणाची वाटली. एकाला ते डुक्कर चिखलात रुतलेले पाहून गंमत वाटली. दुसरा आपले कपडे खराब करून घेण्यास तयार नव्हता. न्यायमूर्तींना तर कोर्टात वेळेवर जाण्याची घाई लागली होती. ते तिघे परत फिरले. त्या उंच घोडेस्वारालाही परत फिरावे लागले. चार पावले ते पुढे गेले नाहीत तोच पुन्हा त्या डुकराची ''कुईंग! कुईंग!'' असा आर्त आवाज त्या घोडेस्वारांच्या कानी आला. निश्चयाने तो मागे फिरला. मित्रांना त्याने तसेच पुढे जाऊ दिले. त्यांनीही त्याला अडविण्याचा प्रयत्न केला नाही. त्याचा हट्टी स्वभाव त्यांच्या पूर्ण परिचयाचा होता.

तो उंच घोडेस्वार त्या चिखलाच्या डबक्यापाशी आला. त्याने त्या डुकराकडे पाहिले. बुडत्याचा पाय खोलात, तसे बाहेर येण्याच्या धडपडीने ते अधिकच बुडत चालले होते.

त्याची मानच तेवढी वर दिसत होती. थकल्यामुळे त्याची धडपड कमी झाली होती. तोंडाने मात्र 'कुईंग! कुईंग' असा क्षीण करुण आवाज ते काढीत होते. तो उंच घोडेस्वार घोड्यावरून खाली उतरला. आपला घोडा त्याने डबक्याच्या काठाला आणला. मनाचा हिय्या करून तो कपड्यासकट दोन पावले चिखलात गेला. डुकराच्या मानेत त्याने घोड्याच्या लगामाच्या वादीचे टोक अडकविले. तो घोड्यावर आरूढ झाला. त्याने घोड्याला टाच मारली. घोडा धडपडून पुढे जाऊ लागला. डुक्कर हळूहळू बाहेर येऊ लागले. दहा मिनिटांच्या भगीरथ प्रयत्नांनी ते डुक्कर पूर्णपणे डबक्याबाहेर आले. घोडेस्वाराने समाधानाचा एक दीर्घ सुस्कारा सोडला. आपल्या आवडत्या घोड्याची त्याने पाठ थोपटली. तो घोड्यावर स्वार होऊन पुढे चालला. एक वेळ त्याने मागे वळून पाहिले. डुकराने 'कुईंग!' केले; पण त्या आवाजात भीती, कारुण्य, आर्तता नव्हती तर केवळ कृतज्ञता होती.

तशाच पोषाखात तो उंच घोडेस्वार आपल्या वकील मंडळीत कोर्टात येऊन बसला. तो आपले कामाचे कागद चाळू लागला. सारी वकील मंडळी खो खो हसू लागली. कामाकरिता तो न्यायमूर्तींपुढे उभा राहिला. त्याचे खराब कपडे पाहून न्यायमूर्तींनी स्मितहास्य केले. ते म्हणाले, ''लिंकन, अखेर तू आपले कपडे खराब करून घेतलेस!''

''मळलेले कपडे उद्या स्वच्छ करता येतील,'' लिंकन उद्गारला, ''परंतु डुकरानं गमावलेले प्राण परत मिळाले असते का? न्यायमूर्तींनी विचार करावा आणि देवाचे आभार मानावेत, की त्या डुकराच्या जागी आपण नव्हतो.''

कोर्टात विलक्षण शांतता पसरली.

या भूतदयावादी लिंकनने दगडाच्या दरडीत अडकलेल्या एका कुत्र्यास बाहेर काढले, बर्फाखाली अडकलेल्या एका दारुड्याचे प्राण वाचविले. न्यू ऑर्लिन्सच्या बाजारात चाललेली गुलामांची घृणास्पद विक्री पाहून त्याचा जीव तळमळला. तत्क्षणीच तो उद्गारला, ''माझ्या हाती सत्ता येईल, तर प्राण पणाला लावून मी ही क्रूर प्रथा नष्ट करीन.''

लिंकन अमेरिकेच्या अध्यक्षपदी दोनदा निवडून आला आणि त्याने अक्षरशः 'प्राण पणाला लावून' गुलामांना स्वतंत्र केले.

अशा या मानवतेची सेवा करणाऱ्या दयानिधी अब्राहम लिंकनच्या जीवनातील काही कथा प्रसंगांतून त्याचे चरित्र व चारित्र्य स्थूलमानाने समजून घेण्याचा आपण प्रामाणिक प्रयत्न करू या.

**– रा.वा. शेवडे गुरुजी**

त्या जंगलात विलक्षण थंडी पडली होती.

पण डेनिसला त्याचे काहीच नव्हते. त्या बर्फाच्छादित रानातून तो धावतच होता. तो चालला होता एक नवजात बालक पाहायला; जो त्याचा पुढे खेळगडी होणार होता.

डेनिस नऊ वर्षांचा होता. तो खारीबरोबर खेळला होता, हरिणपाडसाबरोबर नाचला होता, ससे त्याचे मित्र होते, एक रानखार तर त्याने पाळलीही होती; परंतु कुठल्याच बालकाचा तो कधी खेळगडी झाला नव्हता.

कारण उघड होते. जन्मल्यापासून केंटकीच्या जंगलात तो राहत होता. मनुष्यवस्ती विरळ. जंगल पशुपक्ष्यांनी भरलेले. अशा जंगलात मुले कोठून येणार?

त्याला आनंदाची बातमी समजली की, टॉमकाकांच्या घरी एक बाळ जन्माला आला आहे. त्याला पाहायला डेनिस अधीर झाला होता. दोन मैल अंतर तोडून टॉमकाकांच्या लाकडी झोपडीत त्याला पोहोचायचे होते. तेथे त्याला त्याची स्पॅरोआत्या आणि टॉमकाकासुद्धा भेटणार होते.

डेनिससारख्या जंगलात वाढलेल्या मुलाला दोन मैल अंतर काहीच नव्हते. सशाच्या शिकारीसाठी चार चार मैल अंतर कापण्याची त्याला सवय होती. आपल्या काटक व बळकट पायांनी जिवाचे रान करून तो धावत होता. धावता धावता त्याच्या मनात विचार येत होते –

'सुदैवाने मुलगा आणि तोही माझा चुलत भाऊ. असा एखादा चुलत भाऊ असणे म्हणजे काय मौज असते! आम्ही शिकारीस जाऊ. ओढ्याच्या खडकातले खेकडे धरायला मी त्याला शिकवीन. मासे कसे पकडायचे, हे मी त्याला दाखवीन. हरणं कुठं पाणी प्यायला येतात, त्या जागेजवळ मी त्याला नेईन. पावलांच्या खुणांवरून अस्वलांची वस्ती कुठं असू शकते हे मी त्याला सांगेन.'

इतक्यात एकाएकी दूरवरून येणारा एक विचित्र आवाज डेनिसने ऐकला. ते चित्त्याचे गुरगुरणे तर नसेल?

पाऊलवाटेच्या दोन्ही बाजूला निरीक्षण करीत करीत आपल्या धावण्याची गती त्याने वाढविली. अखेरीस धापा टाकीत टॉमकाकांच्या झोपडीजवळ तो येऊन पोहोचला.

त्या सुंदर सकाळी नि:स्तब्ध शांतता पसरली होती. कुणाला वाटावे की, त्या

झोपडीत कुणीच राहत नाहीत. परंतु धुराड्यातून निघालेला धूर पाहून इथे कुणीतरी राहत असावे असे वाटे.

झोपडीच्या दाराशी येताच डेनिस क्षणभर थांबला. पोट भरून त्याने श्वास घेतला आणि झोपडीचे दार ढकलून तो आत शिरला.

''ओ हो!'' तो आनंदाने उद्गारला.

''शुऽक्!'' शेगडीजवळ बसलेली चार वर्षांची एक मुलगी त्याला म्हणाली. ती डेनिसची चुलत बहीण सारा होती. तेथे बसलेल्या एका म्हाताऱ्या बाईनेही डेनिसला हळू बोलण्याचा इशारा केला. ती शेजारीण होती. बाळंतपणात बाळ आणि बाळंतिणीची काळजी घेण्यासाठी ती आली होती. जंगलात तुरळक वस्ती करून राहणारे लोक असेच एकमेकांना मदत करतात.

नंतर एका कोपऱ्यात एक मृदू आवाज डेनिसच्या कानी आला. ती त्याची नॅन्सीकाकी होती. ती म्हणाली, ''बाळाला पाहण्यासाठी आलास का रे डेनिस?''

खांबाला दोऱ्या बांधून तयार केलेल्या बिछान्यावर झोपलेली नॅन्सीकाकी डेनिसने ओळखली. नॅन्सीचे केस काळभोर होते. डोळे करड्या रंगाचे होते. चेहऱ्यावर मंदमधुर हास्य चमकत होते. अस्वलाच्या कातड्याचे पांघरूण तिने पांघरले होते. तिने काही डेनिसला 'शुऽक!' म्हटले नाही. काकीजवळ तो गेला आणि त्याने बाळ पाहिले.

बाळाचे ते चिमुकले शरीर पाहून डेनिस मनात म्हणाला, 'हा चिमुरडा माझ्याशी काय खेळणार! शिकार काय करणार! मासे कसे पकडणार!' काहीशा नाराजीने आपले डोके हलवीत तो पुटपुटला, ''असला कसला हा माझा खेळगडी!''

नॅन्सी लिंकन डेनिसकडे पाहून हसत होती. तिने विचारले, ''आवडला का बाळ?''

''हो ना!'' स्वतःला सावरून नम्रतेने डेनिसने उत्तर दिले. ''पण काकी याचं नाव गं तू काय ठेवणार?''

''अब्राहम.''

'अब्राहम लिंकन' डेनिसला वाटले, घोडागाडीसारखे लांबट व म्हणायला अवघड हे असले कसले नाव? तो काकीला म्हणाला,

''बाळाचं अंग किती मऊ मऊ आहे नाही? बघ कशा मुठी चोखतो–''

नॅन्सी लिंकन अभिमानाने हसली. तिला तिचा बाळ सुंदर दिसत होता व तो तिला फार फार आवडत होता.

साराबरोबर खेळायला डेनिस गेला व तिच्याशी खेळण्यात रमून गेला.

साराने काही फळे रानातून आणली होती. त्यांच्यावर काट्याने मजेदार चेहरे कसे कोरायचे हे डेनिसने तिला शिकविले.

थोड्या वेळाने शेजारची म्हातारी निघून गेली आणि स्पॅरोआत्या व टॉम लिंकन आत आले. टॉम लिंकन त्या गोड बाळाचे वडील होते. आत्याने खोली साफ करण्यास सुरुवात केली. रानकोंबड्यांच्या पिसांची केरसुणी हाती घेऊन तिने क्षणार्धात त्या खोलीला स्वच्छ, सुंदर स्वरूप दिले. तिने सगळ्यांना मधाबरोबर सुक्या बेरी खायला दिल्या. छोट्या ॲबेला आंघोळ घातली. पुसून कपडे घातले. पांढऱ्या सदऱ्यात आणि निळ्या चड्डीत पोर मोठा शोभून दिसत होता. इतक्यात स्पॅरोआत्या उद्गारली,

"अरे बाप रे, या पोराचे पाय किती लांब आहेत! त्याची छाती किती रुंद आहे! पुढं-मागं भरदार छातीचा एक उमदा जवानच होणार हा!"

डेनिसने फिरून बाळाकडे पाहिले. आत्याचे म्हणणे त्याला पटले. तो तिला म्हणाला,

"माझ्याकडे दे ना गं जरा बाळाला."

नॅन्सी लिंकन हसली व म्हणाली, "डेनिस तुझ्यासारखा मुलगा आज तो प्रथमच पाहत आहे." 'हो, हो.' करीत डेनिसने छोट्या ॲबेला घेतले व तो हातावर झोके देऊ लागला. त्याच्या नाकाजवळ आपले नाक नेत डेनिस म्हणाला, "आपण पोहायला जायचं, मासे पकडायचे आणि शिकार करायची बरं का?"

बाळाने जांभई देत रडवा सूर काढला. डेनिस त्याला समजावू लागला. पण ॲबेचे रडणे वाढले. डेनिस कंटाळला व म्हणाला, "काकी, घे बाई याला." सारा आणि नॅन्सी हसू लागल्या. त्या डेनिसला म्हणाल्या, "वेड्या, तो अजून छोटा आहे ना! उद्या तो मोठा होईल आणि खेळेल तुझ्याबरोबर!" डेनिस मनात म्हणाला, 'ठीक आहे, आपल्याला एक खेळगडी तरी मिळाला.'

संध्याकाळ झाली. डेनिसला काकीने ठेवून घेतले.

टॉम लिंकननी दोन ओंडके शेगडीत टाकले. त्यांनी सारा व डेनिस यांना झोपण्याचा इशारा दिला. थोड्याच वेळात त्या झोपडीतील सारे छोटे मोठे जीव निद्रादेवीच्या अधीन झाले.

हे कोणालाही माहीत नव्हते की, ही छोटी झोपडी म्हणजे अमेरिकेचे एक वैभवशाली स्मारक होऊन राहणार आहे आणि असंख्य सान-थोर नागरिक या झोपडीने

जन्म दिलेल्या या बालकाला-ॲबेला-अब्राहम लिंकनला गुलामांचा कैवारी, एक वंदनीय विभूती म्हणून सन्मानित करणार आहेत. त्याच्या जन्माची तारीख होती १२ फेब्रुवारी, १८०९.

◇◇◇

एके दिवशी दुपारी टॉम लिंकन म्हणाले,

"आज हवा कशी सुरेख पडली आहे. शेतात धान्याची व भोपळीची पेरणी करायची."

"पप्पा, मी येणार शेतात. मी तुम्हाला मदत करीन." ॲबे म्हणाला.

अब्राहम आता सहा वर्षांचा झाला होता. त्याच्या वयाच्या मानाने तो सशक्त व बळकट दिसत होता. टॉम खुशीत येऊन म्हणाले,

"बेटा, भोपळीचं 'बी' कसं लावायचं ते मी तुला शिकवीन; पण लक्षात ठेव, मी जसं सांगेन अगदी तस्सं करायचं. कारण यंदा जर भोपळ्यांचं पीक मिळालं नाही, तर सारा हिवाळा आपल्याला भोपळ्याच्या रायत्याशिवाय काढावा लागेल."

"पप्पा, मी अगदी बरोबर काम करीन." ॲबेने खात्री दिली.

सारे जण जेवायला बसले. मटण व लापशी त्या दिवशी केली होती. टॉमनी तयार

केलेल्या ओबडधोबड लाकडी फर्निचरचा बसायला, जेवायला त्यांनी उपयोग केला होता. टेबलाभोवती जेवायला नॅन्सी, टॉम, दहा वर्षांची सारा आणि ॲबे बसले होते.

नॉबक्रीक शेताच्या कडेला एक झोपडी बांधून लिंकन कुटुंब राहत होते. झोपडी एका खोलीचीच होती. पण शेतीची जमीन मात्र पहिल्यापेक्षा सकस होती. त्या जमिनीत चांगले पीक येत होते.

''पप्पा, मी तुमच्याकरिता काय करू?'' साराने विचारले.

''पेरणी करता करता आम्ही दमून जाऊ. प्यायला तू आम्हाला थंड पाणी आणून दे. उन्हात आमच्यासारखं काम करणं तुला जमणार नाही.''

''मी उकडलेला मासा आणीन. तुम्हाला खूप भूक लागेल नाही का?'' नॅन्सीनेही आपला वाटा उचलला.

''अगदी बरोबर,'' टॉम म्हणाले, ''चला आता कामाला लागू.''

वडिलांबरोबर अभिमानाने छाती काढून ॲबे शेतात गेला. भोपळीचे बी कसे पेरायचे, हे त्याने वडिलांकडून शिकून घेतले होते. टॉम धान्य पेरी, तर मधूनमधून ठरल्याप्रमाणे ॲबे भोपळीचे बी पेरी. ॲबेच्या हातात टॉमनी एक पिशवी दिली होती.

त्यात राख लावलेल्या भोपळीच्या बिया होत्या. एखादे बी सांडे. हे टॉमच्या लक्षात येताच त्यानी अॅबेला ताकीद दिली, ''बाबा रे, असं बी टाकू नकोस. इतकं चांगलं बी पुन्हा कुठं मिळणार नाही.''

भोपळीच्या बियांची पेरणी अत्यंत काळजीपूर्वक अॅबेने संपवून टाकली. टॉमही धान्याची पेरणी संपवून मोकळे झाले.

एकंदरीत ते कष्टांचे काम होते. शेत पाच एकरांचे होते. लांबच लांब सऱ्या होत्या. शेवटी अॅबेचे पाय दुखू लागले. त्याच्या पाठीला रग लागली. हे सारे सोसून त्याने आपले काम संपविले.

साराने बारडीतून जेव्हा पिण्याचे थंडगार पाणी आणले, तेव्हा सर्वांना आनंद झाला. टॉमनी विश्रांतीचा सल्ला दिला. अॅबेने स्वत:ला जमिनीवर लांबवर ताणून दिले. त्याचे आकाशाकडे लक्ष गेले. एक काळा ढग त्याला दिसला. तो टॉमना म्हणाला,

''पप्पा पप्पा, पाहिलंत का?''

''काय बेटा?''

''आकाशात काळा मोठा ढग. पपा, आता जर पाऊस पडला, तर आपली पेरणी खराब होईल का हो?''

''तुझी शंका बरोबर आहे.'' मान डोलावीत टॉम म्हणाले. ''पेरणी झाली म्हणजे थोडासाच पाऊस यावा, नंतर उघडीप असावी. फार पावसानं पेरलेलं वाहून तरी जातं;

नाहीतर चिखलात कुजून तरी जातं.''

आपली शंका रास्त ठरल्याचा आनंद ॲबेच्या मुखावर झळकला. पुढे तर पेरणीपासून ते कापणीपर्यंत आणि भोपळीचे बी उगवल्यापासून भोपळे काढायला येईपर्यंत त्या कामातील विविध अवस्थांची माहिती टॉमनी ॲबेला दिली.

सायंकाळ झाली होती. उरलेसुरले काम आटोपून मंडळी घरी आली. पेरणीचे काम इतके कठीण असते, याची ॲबेला कल्पना नव्हती. दरवर्षी सातत्याने आपले वडील हे काम करीत आले आहेत, हे त्याच्या ध्यानात आले व त्यांच्याबद्दलचा त्याच्या मनातील प्रेमादर दुणावला.

रात्रीचे भोजन आटोपले. मेणबत्त्या विझविल्या गेल्या. सारे जण डाराडूर झोपी गेले.

मध्यरात्रीच्या वेळी आकाशात ढगांचा गडगडाट झाला. त्या गडगडाटाने ॲबे जागा झाला. त्याने खिडकीतून बाहेर डोकावले. पावसाची सर येऊ लागली होती. तो म्हणाला, ''छान! या सरीचा उपयोग पेरलेलं भिजण्यासाठी कसा छान होईल!'' पुन्हा तो गाढ झोपी गेला.

रात्रभर तुफान पाऊस कोसळला होता. डोंगरावरून पाण्याचे लोट वाहत आले होते. हा हा म्हणता, बिनबांधाचे ते शेत व त्यात पेरलेले साफ वाहून गेले.

दुसऱ्या दिवशी सकाळी टॉमनी आपल्या शेताकडे धाव घेतली. पावसाने त्यांच्या श्रमांवर पाणी टाकले होते. त्यांच्याकडे जाऊन नॅन्सी म्हणाली, ''आता काय करायचं?'' सारासुद्धा घाबरली होती. ॲबेला असे काही घडून येईल, याची कल्पनादेखील नव्हती.

एक गंभीर निःश्वास सोडून टॉम म्हणाले, ''या निसर्गाच्या लीला आहेत. हे असं चालायचंच! माणसाचा आणि निसर्गाचा झगडा सनातन आहे. माणसानं जिद्द सोडली की तो पराभूत होतो, नेट धरला तर त्याला जय मिळतो. मी चार ठिकाणी हिंडून नवीन बी आणीन. पुन्हा पेरणी करायची.''

या विचाराशी ॲबे सहमत झाला. तो एकदम उद्‌गारला, ''बाबा, काही हरकत नाही, मी तुम्हाला मदत करतो.''

खरोखर, शेजारच्या दोन-तीन वस्त्यांवरून टॉमनी बी आणले आणि अविश्रांत परिश्रमाने त्यानी व ॲबेने नवी पेरणी पुरी करून टाकली.

ॲबेला शाब्बासकी देत टॉम उद्‌गारले,

''माझा बहाद्दर बेटा!''

ॲबेला कुशीत घेऊन नॅन्सी म्हणाली,

''पोर असावा तर असा निधड्या छातीचा, बलदंड, कष्टांना न डगमगणारा.''

◇◇◇

उन्हाळ्यातील एका सुंदर सकाळी क्रीक नदीच्या काठी लांब काठीला गळ बांधून ॲबे मासे पकडण्यासाठी बसला होता. उडी मारीत जाणारा एक चकचकीत रूपेरी मासा त्याच्या दोरीजवळून गेला; पण तो गळाला लागला नाही.

ॲबेने आयुष्यात कधीच मासा पकडला नव्हता. त्याचे वडील, आई, बहीण साऱ्यांना मासे पकडता येत होते.

ॲबेच्या गळाला मासा लागणार तरी कसा?

पाण्यात गळ सोडून, हातात काठी धरून, तो तिथल्या गवतावर ताणून देत असे. आसपासची उंच उंच झाडे, त्यावरील रंगीत पक्षी, झाडीतून निळे निळे दिसणारे आकाश, दुरून पशुपक्ष्यांचे येणारे आवाज व ते कोणाचे असतील या चिंतनात मग्न झालेले त्याचे मन– आपण मासा पकडण्यास आलो आहोत हे तो पार विसरूनच जात असे. असे दोन-दोन तास उलटल्यावर माशाशिवाय गळ काठीला गुंडाळून तो घरी परतत असे. मग सारी मंडळी त्याला खिजवीत.

पण सुदैवाने ॲबेच्या जीवनात तो सोन्याचा दिवस उजाडला. गळाला झुरळ लावून त्याने दोरी पाण्यात सोडली आणि काठी घट्ट धरून एका झाडाच्या बुंध्याला तो टेकून बसला. पुन्हा सवयीप्रमाणे तो केव्हा विचारमग्न झाला हे त्याचे त्यालाच उमजले नाही.

त्याच्या हातातल्या काठीला जेव्हा ओढ लागली, तेव्हा त्याने पाण्यात पाहिले. काय आश्चर्य! एक सुंदर, टपोरा, चकचकीत चंदेरी मासा त्याच्या गळाला लागला होता.

त्याने दोरी ओढून, पाण्याबाहेर मासा काढून, गळातून सोडवून आपल्या हातात घेतला. मासेमारीमध्ये आपण अखेर यशस्वी झालो, याचा त्याला आनंद झाला. पण गतप्राण होईपर्यंतची त्या माशाची तडफड पाहून त्याचे कोमल मन कासावीस होऊन गेले.

मासा धरून त्याने आपल्या झोपडीचा रस्ता धरला. त्याची झोपडी मैलभर अंतरावर होती. दोन फर्लांग मोठा रस्ता व मग झोपडीकडे जाणारी नागमोडी पाऊलवाट. हमरस्त्यावर एक फर्लांग तो चालला नाही, तोच समोरून येणारा एक मनुष्य त्याला दिसला. त्याच्या पोषाखावरून तो सैनिक असावा हे ॲबेने ओळखले. तो सैनिक फार दमून गेला होता. त्याची पावले जड पडत होती. त्याचे पाय गुडघ्यापर्यंत धुळीने माखले होते. त्याने ॲबेला विचारले,

''काय रे पोरा, कुठं चाललास?''

''घराकडे.''

''हातात काय आहे?''

"मासा. ताजा. आताच मी पकडला तो. पाहा कसा सुंदर चकचकीत दिसतोय तो!" ॲबेने असे म्हणत मोठ्या कौतुकाने त्या थकल्या भागल्या सैनिकाला तो मासा दाखविला.

"भाजलेला मासा फार गोड लागतो म्हणे!" माशाकडे पाहून ओठावरून जीभ फिरवीत तो सैनिक उद्‌गारला.

"सैनिक बाबा, तुम्हाला भूक लागली आहे का हो?"

"होय बेटा, मी दोन दिवसांचा उपाशी आहे. चालूनचालून थकलो आहे. अजून मला बावीस मैल अंतर तोडायचे आहे."

"अरेरे!" ॲबेच्या तोंडून नकळत सहानुभूतीचे उद्‌गार निघाले. "मग हा मासा आता तुम्हीच घ्या. तेवढीच तुमची भूक कमी होईल."

"नको नको बेटा, हा मासा तुझा आहे. तू तो पहिल्यांदाच पकडला आहेस. शिवाय तुझ्या आई-वडिलांना हे समजल्यावर ते तुझ्यावर रागावतील."

"अहो, एवढासा एक मासा. पप्पा, आई, सारा नि मी, चौघांच्या वाट्याला कितीसा येणार तो? त्यापेक्षा तुमच्या भुकेल्या पोटाला थोडा आधार नाही का मिळणार?"

सैनिकाच्या स्वाधीन तो मासा करून अॅबे जलद पावली घराकडे निघाला.

घरातील मंडळी त्याची वाटच पाहत बसली होती. तो घरी पोहोचताच टॉम म्हणाले,

''पाहा, आजही अॅबे हात हलवतच परत आला.''

''छे छे पपा,'' अॅबे सांगू लागला, ''आज पहिल्यांदाच मी सुरेख, सुंदर मासा पकडला. पण त्याचं काय झालं, एका भुकेल्या सैनिकाला मी तो देऊन टाकला.''

''बाता तर मारीत नाहीस?'' टॉमना शंका आली. पण सारा, नॅन्सीचा अॅबेवर पुरा विश्वास होता. त्यांनी अॅबेला धन्यवाद दिले.

◇◇◇

एके दिवशी सकाळी लिंकन कुटुंबातील सारे जण मोठ्या गडबडीत होते.

एका पिशवीत अॅबे भांडी, बादल्या, किटल्या भरत होता. नॅन्सी कपडे गोळा करण्यात गर्क होती. सारा अंथरुणा-पांघरुणांचे गाठोडे बांधत होती. टॉम लिंकनने समसमान सामान दोन घोड्यांवर लादले. एकाच्या पाठीवर नॅन्सी व सारा आणि दुसऱ्याच्या पाठीवर टॉम व अॅबे आरूढ झाले. त्यांचा नवा प्रवास सुरू झाला.

आठ वर्षांच्या अॅबेने डिसेंबरच्या कुडकुडीत थंडीत आपल्या लाकडी झोपडीकडे डोळे भरून पाहिले आणि तिला आदरपूर्वक अभिवादन केले.

आपल्या नॉबक्रीक शेतीपासून शंभर मैल दूर असलेल्या अधिक चांगल्या सुपीक जमिनीकडे ती मंडळी चालली होती. इंडियाना प्रांताच्या सरहद्दीवर त्यांचे हे ठिकाण होते. जमीन काळी, कसदार होती. चांगले पीक काढून सुखी होण्याची उमेद त्यांनी बाळगली होती. टॉम लिंकन ती जमीन आधीच पाहून आले होते.

घोडे रखडत चालले असताना अॅबेच्या मनात इंडियानाच्या नव्या शेतीवाडीबद्दल शंका येत होती की, कोणी मित्र, विशेषत: डेनिस नसल्यामुळे आपले मन तिथे रमेल का?

डेनिस त्याच्यापेक्षा वयाने मोठा होता. तो उत्कृष्ट लाकूडतोड्या होता. त्याने अॅबेला लाकूडतोडी शिकविली होती, अचूक बंदूक चालवायला शिकविले होते. सशाची शिकार करून त्याचे कातडे कसे काढावे, कमवावे हेही तो डेनिसपासून शिकला होता. डेनिसनेच त्याला पोहायला शिकविले होते. डेनिसबरोबर केलेली सारी भ्रमंती अॅबेला आठवू लागली.

साराने टॉमना विचारले,

"अजून किती जायचे पपा?"

"पन्नास मैल आलो, आणखी पन्नास मैल जायचे."

"पपा मला भीती वाटते."

"कशाची?"

"रानमांजराची. रात्री अंधारात आपण झोपलो आणि ते उडी मारून माझ्या छातीवर येऊन बसले तर!"

"मी तुझ्याजवळ बंदूक धरून जागता पहारा करीन," ॲबेच्या उद्गाराचे साऱ्यांना हसू आले.

"बेटा सारा," टॉम साराची समजूत घालू लागले. "आपण शेकोटी करू.

शेकोटीला सारे जंगली प्राणी घाबरतात. शिवाय शेकोटीच्या उबेत तुला छान झोप येईल.''

त्यांचा उरलेला प्रवास पुन्हा सुरू झाला. तीन दिवसांनी ते इंडियानाला आले. टॉम म्हणाले,

''अॅबे, आवडली का जागा?''

''अहो, हे तर जंगल आहे. या झाडा-गवतात हो आपण कसं राहायचं? झोपडीसुद्धा नाही.''

''आपण शेत तयार करायचं. झोपडी बांधायची.''

टॉमनी घोडे झाडाला बांधले. नॅन्सीच्या मदतीने सारे सामान त्यानी उतरून घेतले.

एका झाडाखालची जागा साफ करीत नॅन्सी म्हणाली, ''पाणी हवंय, मला जेवण करायचंय.''

बारडी घेऊन टॉम पाणी आणायला निघाले. ते म्हणाले, ''मैलभर अंतरावर एक ओढा आहे. पटकन जाऊन पाणी आणतो. दुसरी बारडी घेऊन अॅबे वडिलांच्या मागून गेला. तो त्यांना म्हणाला, ''पपा, रोज इतक्या लांबून पाणी आणायचं का हो?''

''छे छे, बेटा, आपलं शेत तयार झालं की एका कोपऱ्यात एक सुंदर विहीर खणणार आहे मी.''

दोघे जण पाणी घेऊन आले. साराच्या मदतीने नॅन्सीने जेवण तयार केले. अॅबे सर्वांना म्हणाला, ''मी रोज एकटा पाणी आणीन. मला नाही भीती वाटत.''

दुसऱ्या दिवशी सकाळी अॅबेला टॉमनी एक कुऱ्हाड तयार करून दिली, दोघांनी

सपासप झाडे तोडून ओंडके तयार केले. सारा-नॅन्सीनी ते एके ठिकाणी केले.

झाडे तोडल्यावर त्यांचे शेत तयार झाले व ओंडक्यांची झोपडी तयार झाली. या कामाला त्यांना तब्बल पंधरा दिवस लागले.

झोपडीची एक बाजू उघडी होती. तेथे त्यांनी शेगडी तयार केली होती. जेवण करायला व रात्री शेकोटी करायला तिचा उपयोग होत होता.

हिवाळा वाढू लागला. लिंकन कुटुंब आपल्या कामात इतके गर्क होते, की थंडीचा विचार करायलासुद्धा त्यांना सवडच मिळत नव्हती.

अॅबेच्या मदतीने टॉमनी ओबडधोबड फर्निचर-टेबल, खुर्ची, स्टूल तयार केले. टॉमना उत्तम शिकार मिळे. सारे पोटभर चमचमीत खात.

हिवाळा संपला, वसंतऋतू आला. वसंताने बहारच उडवून दिली. रंगीत पाने, रंगीत फुले, पक्ष्यांचे गोड कूजन, सशांचे धावणे, खारींचे झाडावर चढणे, हरणांचे उड्या मारणे... लिंकन कुटुंबाला जणू आनंदाचे भरते आले.

अॅबे मनात म्हणाला, 'हे सुंदर दृश्य पाहायला डेनिस हवा होता.'

आपल्या शेतात त्यांनी धान्य पेरले, बटाटे लावले, घेवडा, भोपळी लावली. टुमदार झोपडी आणखी मोठी केली. तिला एक माळा केला. त्यावर झाडपाला टाकून अॅबे

खुशीत झोपत असे.

एके दिवशी रानकोंबड्यांचा कळप जाताना ॲबेला दिसला. त्याने गोळी झाडली. एक कोंबडी मरून पडली. आपल्या नेमबाजीचा त्याला अभिमान वाटला. शिकार ताब्यात घ्यायला तो पुढे गेला. आई छान छान जेवण करील असे त्याला वाटले. माझी शिकार बघायला डेनिस असता तर –

मरून पडलेल्या त्या कोंबडीजवळ ॲबे आला. सोनेरी पिसांची, तपकिरी रंगाची, तुकतुकीत अंगाची निष्प्राण होऊन पडलेली ती कोंबडी पाहून ॲबेचे मन दुःखाने भरून आले. ती कोंबडी उचलून व्यथित मनाने तो झोपडीत आला. त्याच्या शिकारीचे सर्वांना कौतुक वाटले; पण ॲबेला मात्र दुःख झाले – मी शिकार केली आणि एका मूक प्राण्याला जगण्याच्या हक्कापासून वंचित केले. छे छे, मी आता शिकार करणार नाही.

आणि खरोखरच ॲबेने उभ्या आयुष्यात पुन्हा शिकार म्हणून कधी केली नाही.

त्या जंगलात लोकवस्ती अत्यंत विरळ होती. सरासरी एक चौरस मैलाच्या टापूत एखादेच मानवी कुटुंब राहत असे.

ॲबे माळ्यावर विचार करीत पडला असता, डेनिसची आठवण त्याला होत होती. आपल्या झोपडीपासून काही अंतरावर माणसे बोलत असल्याचा त्याला भास झाला. माळ्यावरून उतरून तो झोपडीच्या दारात आला आणि काय आश्चर्य! त्याचा चुलत भाऊ डेनिस, काकी आणि स्पॅरो आत्या आपल्याकडे येत होते असे ॲबेला दिसून आले!

ॲबेचा आनंद गगनात मावेना. तो डेनिसला म्हणाला, ''चल, मी तुला आमचं शेत दाखवितो. ओढ्यावरून हिंडवून आणतो.'' टॉम म्हणाले, ''अरे, ती मंडळी थकून आली आहेत. पोटभर जेवू द्यात. आता ती इथंच राहणार आहेत. आपल्या शेजारीच त्यांची नवी झोपडी तयार होईल. धीर धर. तुझा डेनिस आता कुठं जात नाही.''

ॲबेप्रमाणे डेनिसलासुद्धा तो भाग व तिथला वसंत ऋतू अतिशय आवडला.

◇◇◇

अॅबे अकरा वर्षांचा झाला. झाडे तोडायला, खांब तासायला, तुळ्या करायला तो वडिलांना मदत करी. दोन मैलांवर एक नवी शाळा निघाली होती. टॉमना वाटे, अॅबेने आपल्या हाताखाली लाकूडकाम करावे. शाळेस जाऊ नये.

अॅबेला फार वाटे, आपण शाळेला जावे. पण अडचणी दोन होत्या. एक न संपणारे काम व दुसरी जंगलातल्या रस्त्याने जायची दूरची शाळा.

पण नॅन्सी नेहमी म्हणे, ''अॅबे तुला लिहायला-वाचायला यायला हवं. लेखन-वाचन म्हणजे अंधारातला दिवा; शहाणपणाच्या, मोठेपणाच्या गावाला नेणारा. शिक्षणानं माणूस आतून-बाहेरून उजळून निघतो. आता शाळा निघाली आहे. तू शाळेला जा.''

आई-वडिलांचा खडाजंगी वाद झाला. सरशी आईची झाली. अॅबे शाळेला जाऊ लागला. एक अट होती. उरल्या वेळी त्याने वडिलांना त्यांच्या सुतारकामात व शेतीच्या कामात मदत करावी.

अॅबेच्या शाळेचा पहिला दिवस. कडाक्याची थंडी होती. उकडलेले गरम बटाटे त्याच्या आईने त्याच्या खिशात ठेवले. तेवढेच थंडीपासून रक्षण शिवाय गाजराची पुंगी वाजली तर वाजली, नाहीतर मोडून खाल्ली!

अॅबेची शाळा म्हणजे एक ओंडक्यांची झोपडी होती. चार बाकांवर चौदा मुले. चार वर्ग, एक शिक्षक. क्रॉफर्डगुरुजी लठ्ठंभारती, पण दिलदार माणूस. जसे करारी तसे प्रेमळ. वर्गात सतत एकच गोंधळ. त्यात गडबड अधिक की बडबड अधिक, सांगणे कठीण. गुरुजी मधूनमधून खूप चिडत. त्यांच्या छोटेखानी टेबलावर चार-सहा छड्या असत. गैरशिस्त व अभ्यासातल्या चुका यामुळे त्या छड्या सर्वांना सुपरिचित होत्या. शिक्षेचा आणखी एक प्रकार असे, उत्तर चुकले की, मुलाच्या डोक्यावर गुरुजी विदूषकी टोपी ठेवीत व इतर मुले हसत.

अॅबे जसा नियमित शाळेला जाई, तसा तो अभ्यासातही हुशार होता. त्याने कधी छडी खाल्ली नाही, की डोक्यावर विदूषकी टोपी घालून घेतली नाही.

मात्र एके दिवशी एक विलक्षण प्रसंग घडला.

क्रॉफर्डगुरुजी वर्गात आले. दाराजवळ भिंतीला अडकविलेल्या काळविटाच्या शिंगाचा एक भला मोठा तुकडा मोडून पडलेला त्यांना दिसला. त्यांचा चेहरा लालबुंद झाला. तळपायाची आग मस्तकाला गेली. मुले भेदरून बाकावर शांत बसली. गुरुजी एका हातात शिंगाचा तुकडा धरून व दुसऱ्या हाताची मूठ टेबलावर आपटून ओरडले.

''कुणी मोडलं हे शिंग?''

मुलांच्या कानठळ्या बसल्या. ती अॅबेकडे पाहू लागली. अॅबेने टेबलाकडे पाहिले. पाच-सात छड्या. मुलांना वाटले, आता अॅबे खूप मार खाणार. प्रत्येकाच्या मनात आले, 'बरे झाले त्याच्याजागी आपण नाही. नाही तर–'

पुन्हा गुरुजी गरजले,

''कुणी मोडलं?''

''मीऽ! माझ्या हातून–'' खाली मान घालून धीरगंभीर घोगऱ्या आवाजात, पण निश्चयाने अॅबे उत्तरला. ''गुरुजी, क्षमा करा मला. मी त्या शिंगाला लोंबकळलो आणि ते मोडलं. ते मोडेल असं मला वाटलं नाही. माझी चूक झाली. मी असं वागायला नको होतं.''

अॅबे कबूल झाला. वर्गात विलक्षण शांतता निर्माण झाली. साऱ्यांना वाटले, गुरुजी आता अॅबेच्या पाठीचे धिरडे करणार.

पण काय आश्चर्य! गुरुजी काठी खाली करीत थोड्या थोड्या हलक्या आवाजात म्हणाले, ''अॅबे इकडे ये.''

अॅबे टेबलाजवळ गेला. पुन्हा वर्गात काहीसे गंभीर वातावरण पसरले. मुलांनी

आपल्या चेहरे चौकोनी केले. ॲबेच्या खांद्यावर हात ठेवून ते म्हणाले,

"शाब्बास ॲबे, तू खरं बोलायला घाबरला नाहीस. तुझं धैर्य, तुझी सत्यनिष्ठा पाहून मला फार आनंद झाला. या काळविटाची मी शिकार केली. वाटलं, फार मोठा पराक्रम केला. पण हे तुझं धैर्य हा त्याहूनही मोठा पराक्रम आहे. तू पराक्रमी आहेस, प्रामाणिक आहेस. तू इतरांना आदर्श घालून दिलास. तुझे हे मित्र यापासून काही बोध शिकतील अशी आशा आहे."

"क्षमा करा गुरुजी, तुम्ही मोठे आहात." थोडा आत्मविश्वास आल्यामुळे ॲबेला काही सांगावेसे वाटले. "पण–"

"बोल बेटा, बोल." गुरुजी धीर देत म्हणाले.

"त्याचं असं झालं," ॲबे सांगू लागला. "आज घरातून बाहेर पडलो, आईचे गोड शब्द कानी आले, 'छान! किती सुंदर! आता वसंताचं आगमन झालंय. माझा ॲबे खूप अभ्यास करील. त्याची शाळा बुडणार नाही.' मी आनंदानं नाचू लागलो. पक्षी गात होते. झाडांना पालवी फुटली होती. रंगीबेरंगी फुलांनी फुलझाडं बहरून गेली होती. इतक्यात दुरून एक हरिण पळताना दिसलं. त्याच्यामागून एक पाडस टुणटुण उड्या मारीत जात होतं. मीही उड्या मारीत शाळेला आलो. मौज वाटली. मित्रांबरोबर गोल धरला. तुम्ही शिकविलेलं देवभक्तीचं-देशभक्तीचं गाणं म्हटलं. आनंदाच्या धुंदीत भिंतीवर लावलेल्या काळविटाचं शिंग मी पकडलं. भलं मोठं दिसलं. वाटलं, मोडणार नाही. माझ्या पपांना सुतारकी येते. मलाही येते. आम्ही तुमचं शिंग दुरुस्त करून देऊ.

"जाऊ द्या ॲबे," त्याच्या पाठीवर शाबासकी देत गुरुजी म्हणाले, "तुझ्यासारख्या प्रामाणिक पाडसापुढं या मोडक्या शिंगाचं काय?"

गुरुजींनी खुशीत मुलांना अर्धा तास खेळायला सोडले. ॲबेला मध्ये उभा करून मुलांनी फेर धरला व मोठ्याने त्यांचे आवडीचे गाणे म्हटले.

◇◇◇

लिंकन कुटुंबाच्या शेजारी आणखी काही झोपड्या झाल्या होत्या. एकदा एक शेजारीण नॅन्सीला म्हणाली,

"ॲबे वयाच्या मानानं बराच उंच दिसतो नाही?"

"हो तर, जसा उंच तसा सशक्त, अगदी वडिलांच्या वळणावर. त्याला शिवलेले कपडे दर तीन महिन्यांनी मला दुरुस्त करावे लागतात, कारण ते त्याला आखूड होतात."

एके दिवशी दुपारी नॅन्सी ॲबेला म्हणाली,

"हे बघ ॲबे, इकडे ये."

"काय आई?"

"तुझे पपा शिकारीला गेले आहेत. मी व सारा थोडं शेजारी जाऊन येतो."

"मग मी काय करू आई?"

''कुंडातल्या पाण्यानं डोकं स्वच्छ करून घे चांगलं. साबण लाव.''

''डोकं आणि धुवायचं?''

''हे पाहा, तू माळ्यावर जाताना तुझं डोकं कडेपाटाला लागतं आणि त्याला डाग पडतात.''

अॅबेने कडेपाटाकडे पाहिले. त्याला त्याच्या आईचे म्हणणे पटले. साबण घेऊन डोके धुण्याकरिता अॅबे कुंडाकडे गेला. शेजारचा एक छोटा मुलगा त्याच्याजवळ येऊन उभा राहिला. फेसाचा साबण लावून अॅबे डोके धुत आहे, याची त्याला गंमत वाटली. तो हसला. अॅबेला त्याची गंमत वाटली. त्याच्या पावलावर अॅबेने आणखी पाणी टाकले. त्याच्या पावलाखाली चिखल झाला. त्यात तो पोर आनंदाने नाचू लागला.

अॅबेने आपले डोके स्वच्छ केले. कडेपाट घाण केल्याबद्दल आईने आपल्याला शिक्षा केली आहे, हे त्याने ओळखले. त्या मुलाची घाण झालेली पावले पाहून अॅबेच्या मनात एक विचार चमकून गेला. त्या मुलाला त्याने अलगद उचलले. घरी कोणीच नव्हते. त्याला घेऊन अॅबे माळ्यावर चढला. त्याचे खाली डोके, वर पाय करून त्याची पावले

ॲबेने कडेपाटाला लावली. कडेपाटावर ठिकठिकाणी पोराच्या घाण पावलांचे ठसे उमटले. माळ्यावरून उतरून ॲबेने त्याला घरी पाठवून दिले. केरसुणी घेऊन ॲबेने भिंतीसकट आपली झोपडी स्वच्छ झाडून काढली.

थोड्या वेळाने त्याची आई व सारा परत आल्या. ॲबेने डोके स्वच्छ धुतले होते. झोपडी झाडून स्वच्छ केली होती. सामान झटकून जिथल्या तिथे लावले होते. ''माझा छान मुलगा!'' असे उद्गार आईने काढून ॲबेचे कौतुक केले.

थोड्या वेळाने साराचे लक्ष कडेपाटाकडे गेले. ती घाबरून म्हणाली,

''आई!''

''काय बाळ?''

''ती पाहा त्या कडेपाटावरील छोटी-छोटी पावलं. रानमांजर तर येऊन गेलं नसेल ना?''

एकदा कडेपाटाकडे आणि एकदा ॲबेकडे नॅन्सीने पाहिले. त्याला दटावून ती म्हणाली,

''ही तुझी नवी खोड दिसते.''

''नाही आई, ती माझ्या डोक्याची घाण नव्हे. ते ठसे तर छोट्या पावलांचे आहेत. माझी पावलं इतकी का लहान आहेत?''

ॲबेच्या खुलाशाने नॅन्सी अधिकच गोंधळात पडली. पण तिची खात्री होती, की ही ॲबेची खोडी आहे. उसन्या रागाने ती म्हणाली, ''चार चांगल्या थोबाडीत दिल्या म्हणजे तू वळणावर येशील.''

आईचा उसना राग ॲबेने ओळखला. तिचे दोन्ही हात घट्ट पकडून तो म्हणाला, ''दे पाहू थोबाडीत.''

आई हात सोडवून घेऊ शकत नाही, असे ॲबेने सिद्ध करून तिची क्षमा मागून तो म्हणाला,

''काही काळजी करू नकोस आई, कडेपाटालाच काय तर साऱ्या भिंतींना पांढरा चुना लावून स्वच्छ करून दाखवितो तुला. मग म्हणशील कशी नव्यासारखी झोपडी दिसते म्हणून.''

मायलेक मोकळेपणाने हसले. आपल्या छोट्या भावाचे सारालाही कौतुक वाटले.

शब्द दिल्याप्रमाणे ॲबेने झोपडी सुंदर रंगवून दाखविली.

◇◇◇

"बारा वाजायला आले आहेत. माध्यान्हरात्र झाली आहे, झोप आता." ॲबेची आई म्हणाली.

"एवढी दोनच पानं वाचतो आणि झोपतो." ॲबे उत्तरला.

ॲबे शेगडीच्या मंद लालसर प्रकाशात, मधून मधून लाकूड पुढे सारीत पुस्तक वाचीत होता. सारी मंडळी झोपी गेली होती.

"काय मस्त पुस्तक आहे आई. जॉर्ज वॉशिंग्टननं ट्रेंडनच्या लढाईत ब्रिटिशांना काय मस्त झोडपून काढलं!"

पूर्ण दुर्लक्ष करून नॅन्सीने ॲबेला झोपी जाण्याची पुन्हा ताकीद दिली.

ॲबेने पुस्तक मिटले. झोपतो असे म्हणत तो शिडी चढून माळ्यावर गेला. हातातले पुस्तक – पार्शनविमस् लिखित वॉशिंग्टनचे चरित्र – कुठे ठेवावे म्हणून तो इकडे तिकडे पाहू लागला. शेजारचा शेतकरी जोशॉ क्रॅक होल्ड याच्याकडून ते त्याने वाचायला आणले होते.

माळ्यावर लाकडाच्या सांदीत त्याने ते पुस्तक अलगद ठेवले. रानपिसांच्या

मऊमऊ अंथरुणावर तो झोपी गेला. सकाळी उठल्यावर ते पुस्तक वाचून संपवायचे असा त्याचा बेत होता.

वाचलेल्या पुस्तकाच्या चटकदार प्रसंगाने ॲबेला पडलेल्या गोड स्वप्नांमध्ये तो दंग होऊन गेला होता. रात्री पडलेला पाऊस, भिंतींच्या सांधीतून गळलेले पाणी आणि त्यामुळे ओलाचिंब झालेला त्याचा तो जॉर्ज वॉशिंग्टन यांतल्या कशाचाच ॲबेला पत्ता नव्हता.

तो सकाळी जागा झाला. पुस्तक हातात घेण्यासाठी त्याने हात वर केला. ओलेचिंब झालेले पुस्तक त्याच्या हाताला लागले. भीतीने तो चरकलाच. लवकर उठून जोशॉच्या शेताकडे त्याने धाव घेतली. नजरचुकीने भिजलेल्या पुस्तकाची हकिगत ॲबेने त्याला सांगितली. पुस्तक वाळल्यावर ते वाचता येण्यासारखे आहे असे त्याने दोन पाने उघडून त्याची खात्री करून दाखविली.

जोशॉ यातले काहीच मानायला तयार नव्हता. तो तिरस्काराने म्हणाला,

"मी तुला पुस्तक देण्यात चूक केली."

"मी माझी चूक कबूल करतो."

"नुसतं कबूल करून काय उपयोग? माझं पुस्तक मला भरून दे."

"पण माझ्याजवळ पैसे नाहीत."

"दोन-तीन दिवस आमच्या शेतावर कामास ये.'

"जरूर येतो," असे म्हणत ते भिजलेले पुस्तक त्याने जोशॉच्या स्वाधीन केले.

पुस्तकाचा स्वीकार न करता जोशॉ म्हणाला,

"ते पुस्तक आता तुझ्या मालकीचे झाले आहे. न चुकता मात्र शेतावर कामाला ये."

कष्टांच्या कामाला ॲबे पक्का होता. तीन दिवसांच्या कामाने एक अत्यंत सुंदर पुस्तक आपल्या मालकीचे होणार या आनंदात नाचत बागडतच तो आपल्या घरी गेला. लगेच टॉमनी विचारले,

"कुठं गेला होतास?"

"जोशॉच्या शेतावर." ॲबेने वडिलांना सर्व घडलेली हकिगत सांगितली. आपण फक्त तीनच दिवस जोशॉच्या शेतावर कामाला जाणार असल्याचेही त्याने सांगितले.

टॉमच्या तळपायाची आग मस्तकाला गेली. आपल्या हाताखाली तीन दिवस ॲबे कामाला नाही आणि काम तर ढीगभर पडले आहे, म्हणून अस्वस्थ होऊन टॉम म्हणाले,

"ॲबे, तुझा वाचनाचा नाद, पुढं तुझं काय करणार आहे हे मला कळत नाही. शेतातलं काम आटोपलं, की तू झाडाखाली वाचत बसतोस. कुणी भेटायला आलं तर कोपऱ्यात वाचत बसतोस. तुझी आई तुला ताकीद देते म्हणून बरं, नाहीतर तू रात्रभर वाचत बसला असतास."

ॲबेच्या आईने टॉमना आवरले व ॲबेला नाष्टा दिला. ती टॉमना म्हणाली, "तुमच्या सात पिढ्यांत वाचायला कुणी पुस्तक हातात धरलं नसेल. माझा ॲबे एके दिवशी खूप खूप मोठा होणार आहे."

नॅन्सीच्या उद्‌गाराने ॲबे सुखावला – नाष्टा संपवून कामास जाताना तो स्वत:शी म्हणाला, "खरंच मी मोठा होईन का? मला वाटतं जनरल जॉर्ज वॉशिंग्टन इतकं मोठं व्हावं."

इतक्यात त्याच्या कानी डेनिसचे शब्द आले, ''काकी, तुमचा अॅबे मोठा विचित्र मुलगा आहे. एकदा कामाला लागला म्हणजे वडिलांना मागे सारतो. त्याला अलिकडे वाचनाचा नाद लागलाय. त्यातल्या किती गमती तो सांगतो; जणू काही एका निराळ्याच जगात तो वावरतो.''

टॉमनी अॅबेला जबरदस्त ताकीद दिली असली तरी एकूण तो दिवस त्याच्या दृष्टीने सुखाचा गेला. त्या रात्री त्याला खऱ्या समाधानाची झोप मिळाली.

तो सकाळी जागा झाला आणि स्वत:लाच म्हणाला,

''चल बाबा अॅबे, तुला दिवसभर जोशॉंच्या शेतावर कापणी करायची आहे.''

◇◇◇

अॅबे आता एकोणीस वर्षांचा झाल्यामुळे त्याला सगळे अब्राहम म्हणू लागले. त्याची उंच बळकट शरीरयष्टी, कष्ट करण्याची हौस, त्याचा सरळ प्रामाणिक स्वभाव, त्याची बहुश्रुतता, हास्यविनोद करून सर्वांना आनंदी ठेवण्याची त्याची वृत्ती इत्यादींमुळे तो सर्वांना हवाहवासा वाटे. वाचनातून त्याने आपल्या देशाची बरीच माहिती मिळविली होती. त्याला वाटे, दूर प्रवासाला जावे, सारे डोळ्यांनी पाहावे, पण ही संधी अब्राहमला मिळणार कशी? तो गरीब होता. त्याच्याजवळ पैसे नव्हते. एखादा डॉलर त्याने मिळविला, तर घरखर्चाला त्याला तो द्यावा लागे.

असेच काही दिवस गेले आणि त्यांच्या वस्तीवर जेम्स जंट्री या नावाचा एक व्यापारी आला. मिसिसिपी नदीतून 'न्यू ऑर्लिन्स' शहराकडे त्याला विक्रीसाठी माल न्यायचा होता. या कामी एका तगड्या, निर्भय मर्दाची त्याला गरज होती. सगळ्यांनी अब्राहम लिंकनचे नाव सुचविले. दर महिन्याला आठ डॉलर पगार ठरला. तीन महिन्यांचा करार. शिवाय वाटखर्चाला लागेल ते निराळे.

अब्राहमची आई त्याला सोडायला तयार होईना. आठ डॉलर्स आगाऊ घेऊन टॉम अब्राहमला जाऊ देण्यास तयार होते. जेम्स जंट्रीचा मुलगा अॅलन सोबत जाणार होता. संरक्षणासाठी भरपूर शस्त्रे देण्यात येणार होती.

अब्राहम आनंदाने जाण्यास तयार झाला.

अॅलनच्या साहाय्याने आठच दिवसांत अब्राहमने एक तराफा तयार केला. दोन वल्ही व एक लांब काठी त्यांनी बनविली. धान्य, बटाटे, मध, फळ-फळावळ इ. माल

भरण्यात आला आणि ओहियो नदीतून त्यांचा प्रवास सुरू झाला. ॲलन आणि अब्राहम पाळीपाळीने जेवण बनवीत. ताशी पाच-सहा मैल गतीने रोज पन्नास-साठ मैल ते प्रवास करीत.

ओहिओ मिसिसिपीला मिळते. ते मिसिसिपीत आले. पाण्याला गती होती. दोन्ही काठांवरची शेती सुपीक होती. मोठमोठ्या फळबागा होत्या.

एका सायंकाळी नदीच्या काठाला एका झाडाखाली दोराने त्यांनी आपला तराफा बांधला. दोघे पोटभर जेवले आणि निळे निळे, चांदण्यांनी भरलेले आकाश पाहत गाढ झोपी गेले.

मध्यरात्र उलटल्यावर गुडुप अंधारातून कुजबुजण्याचा व झाडपाल्याचा आवाज येऊ लागला. हे प्रवासी गाढ झोपी गेले होते. इतक्यात लाकडावर लाकूड आपटल्याच्या आवाजाने अब्राहम जागा झाला. आपल्या तराफ्यावर एक माणूस चढत असल्याचे त्याला दिसले. प्रसंगावधान राखून चोर चोर म्हणून तो ओरडला. ॲलन जागा झाला. तो दणकट चोरटा अब्राहमवर हल्ला करू लागला. पण त्याच्या दंडुक्याचा मार मोठ्या शिताफीने चुकवून तगड्या, बलशाली अब्राहमने त्याला उचलून नदीत फेकून दिले. इतक्यात दबा धरून बसलेले आणखी चार चोर तराफ्यावर चढले. सारे दांडगेश्वर व दंडुकाधारी होते. ॲलनच्या हातातील वल्हे घेऊन अब्राहमने पाचही चोरांना पार पिटाळून लावले. दोघे तर जखमी होऊन नदीत पडले व धारेला लागले. दोर सोडून त्यांनी मध्यरात्र उलटून गेली असतानासुद्धा प्रवास पुढे चालू केला. सकाळच्या कोवळ्या उन्हात ते न्यू ऑर्लिन्सला आले, अब्राहमच्या डोळ्याच्या वरच्या भागावर छोटीशी जखम झालेली ॲलनला दिसली. ती त्याने उपकृत भावनेने पुसून काढली व त्याला औषध लावले. त्या जखमेच्या वणाने अब्राहमला जन्मभर साथ दिली.

त्यांनी माल उतरवून घेतला. मालाला चांगली किंमत आली. त्यांनी पंधरा दिवस 'न्यू ऑर्लिन्स'मध्ये मुक्काम केला. ॲलनने बराच माल खरेदी केला. शहराची मौज लुटण्यात त्यांनी थोडा पैसा खर्च केला. अब्राहमची व ॲलनची चांगलीच गट्टी जमली होती.

एके दिवशी सायंकाळी असेच घोड्यांच्या बाजारात हिंडता हिंडता त्यांना गुलामांचा बाजार दिसला. साखळदंडाने गुलामांना ओढत रखडत आणले जात होते. एका वयात आलेल्या निग्रो पोरीचा लिलाव चालला होता. बरीच गर्दी जमली होती. ती गिऱ्हाइकाच्या नजरेत भरावी, म्हणून तिचा मालक तिला काठीने ढोशीत होता आणि पेटत्या सिगारेटचे

चटके देत होता. अंग भाजल्यावर ती विक्षेप करी व सारे हसत.

अब्राहमने हे दृश्य पाहिले व तो क्रोधाने लाल झाला. तो मालकाला म्हणाला,

''अहो, ती बाई आहे!''

''पण गुलाम, निग्रो जातीची.''

''माणसानं माणसावर असा अन्याय करू नये.''

''मग घ्या विकत नि करा तिला मुक्त.''

''किंमत काय?''

''फक्त पाच डॉलर.''

खिशातले पाच डॉलर मालकाच्या अंगावर फेकून अब्राहमने तिला मुक्त केले. त्याचा विक्षिप्तपणा पाहून ॲलन त्याला म्हणाला,

''सारे गुलाम विकत घेऊन मुक्त करायला तुला पाच जन्म अपुरे पडतील!''

''एकाच जन्मात करता येईल!''

''ते कसं?''

''हाती सत्ता आली तर – कायद्यानं.''

भावी आयुष्यात गुलामांचा प्रश्न सोडविण्याचा अब्राहमने मनोमन निश्चय केला.

न्यू ऑर्लिन्समध्ये सुंदर पोषाख केलेली दुसरी माणसे होती. खाणावळी होत्या. सर्वत्र चैनबाजी होती. मोठी मोठी घरे होती. डामडौल होता. ही माणसे गुलामांची विक्री सहन तरी कशी करतात, याचे त्याला आश्चर्य वाटले.

त्यांनी आपला तराफा विकला. वाफेच्या बोटीचे परतीचे तिकीट त्यांनी काढले.

अब्राहम घरी पीजनक्रीकला आला, आपल्या रोमहर्षक प्रवासाची रसभरित कहाणी त्याने आई-वडिलांना सांगितली.

मात्र त्यांचा लाडका अब्राहम अंतर्बाह्य किती बदलून गेला होता, याची बिलकूल कल्पना त्यांना नव्हती.

◇◇◇

ऑफट साहेबांकडे, त्यांच्या जनरल स्टोअर्समध्ये त्यांचा एक मित्र आला. तो सहज म्हणाला,

"नवीन नोकर ठेवलाय म्हणे!"

"होय, धंदा वाढला, नोकराची गरज भासली."

"पगार काय देता त्याला?"

"आठवड्याला तीन डॉलर, शिवाय बाजूच्या पडवीला झोपायला जागा."

"पण नोकर बरा आहे ना?"

"वा! त्याला दुकानात ठेवल्यापासून कशी भरभराट होत आहे. मोठा पायगुणी आहे."

"काय नाव त्याचं?"

"अब्राहम लिंकन. तगडा, प्रामाणिक व कष्टाळू आहे. आपल्या सचोटीनं व लाघवी बोलण्यानं त्यानं गिऱ्हाइकांची मनं जिंकली आहेत. त्याची काय गंमत सांगू!"

"काय झालं हो?"

"एका धनिक बाईला आठ पौंड चहा हवा होता. त्यानं चुकून कमी दिला. पैसे घेतले आठ पौंडांचे. संध्याकाळी त्याच्या हे ध्यानात येताच, त्यानं आणखी चार पौंड चहा वजन करून पाच मैल चालत जाऊन तो पोहोचता केला. लहान मूल जरी आलं, तरी चांगला माल योग्य दरात इथं मिळतो ही माझ्या दुकानाची परंपरा केवळ लिंकनमुळेच निर्माण झाली."

"फारच छान!"

"आणि बलशाली तर किती म्हणून सांगू? न थकता गव्हाचं पोतं मैल-दीड मैल सहज वाहून नेतो."

"ताकदीचं मात्र काही सांगू नका हो. मी ताकदवान एकच माणूस पाहिला आहे. तो म्हणजे क्लॅरी ग्रोव्ह वसतीतील जॅक आर्मस्ट्रॉंग."

"काय सांगता त्या आर्मस्ट्रॉंगचं! दोघांची कुस्ती लावली तर माझा लिंकन त्याला हा हा म्हणता चारीमुंडी चीत करील."

अखेर कुस्ती ठरली. जाहिरातबाजीमुळे आसपासच्या खेड्यांवरची शौकीन मंडळी मोठ्या संख्येने हजर राहिली.

हिरवळीच्या मैदानावर कुस्तीच्या दिवशी साध्या पोषाखात लिंकन तर आर्मस्ट्रॉंग

खणखणीत बुटात व पंचरंगी पोशाखात होता.

दोघे मैदानात उतरले. लिंकन सर्कशीतल्या उमद्या व चपळ घोड्यासारखा भासत होता, तर आर्मस्ट्राँग माजलेल्या एखाद्या राकट रानडुकरासारखा उभा आडवा दिसत होता.

ऑफटने इशारा देताच सलामी झडली. कुस्ती जुंपली. कोणास कोणी हार जाईनात. जिवावर उदार होऊन आर्मस्ट्राँग लढत होता, तर कुस्ती, हाणामारी यांची मुळातच नावड असलेला लिंकन त्याचे हल्ले परतवून त्याची दमछाक करीत होता. एक तास कुस्ती झाली. लिंकन आर्मस्ट्राँगला म्हणाला,

''आपण कुस्ती थांबवू या.''

''का बरं?'

''आपण समसमान आहोत.''

''खोटं –''

''अरे, तू मला पाडू शकत नाहीस किंवा मी तुला पाडू शकत नाही. म्हणजे कुस्ती बरोबरीत सुटली.''

त्या भागात गुंडांचा पुढारी म्हणून भलताच भाव खाणाऱ्या आर्मस्ट्रॉंगला लिंकनची सूचना म्हणजे मोठा अपमान वाटला. प्रेक्षक व त्याचे साथीदार त्याला प्रोत्साहन देत होते, ''बघतोस काय जॅक, पकड त्या लंबाट्या भागूबाईला.''

आर्मस्ट्रॉंगला जोर आला. त्याने आपल्या उजव्या बुटाची टाच लिंकनच्या डाव्या पसरट पावलावर जोराने हाणली. असह्य कळ येऊन लिंकन चिडला व लालेलाल झाला. एक वाघासारखी डरकाळी फोडून चित्त्याच्या चपळाईने त्याने आर्मस्ट्रॉंगवर झडप घातली. आर्मस्ट्रॉंगने त्याची तंगडी पकडण्याचा प्रयत्न केला. पण लिंकन त्याच्या पाठीवर केव्हा स्वार झाला ते त्याला उमजलेच नाही. कोणता डाव करावा या विचारात आर्मस्ट्रॉंग असता लिंकनने त्याला बगलेवर उचलून उताणे पाडून चारीमुंडी चीत केले. हताश होऊन पडलेल्या आर्मस्ट्रॉंगच्या छातीवर तो बसला.

ऑफटने पुढे येऊन लिंकन विजयी झाल्याचे घोषित केले.

लिंकनवर हल्ला करण्यासाठी आर्मस्ट्राँगचे गुंड अनुयायी पुढे सरसावले. त्यांना आवरून आर्मस्ट्राँग म्हणाला,

"मित्रांनो, वेडेपणा करू नका. कुस्ती फक्कड झाली आहे. लिंकन विजयी ठरला आहे. मी पराभव मान्य करतो आणि विजयाबद्दल त्याचे मन:पूर्वक अभिनंदन करतो." हस्तांदोलनासाठी हात पुढे करीत आर्मस्ट्राँग म्हणाला,

"मी कायम मैत्रीसाठी हात पुढं करीत आहे."

"मी आनंदानं मैत्रीचा स्वीकार करतो." असे म्हणत लिंकनने हस्तांदोलन करून आर्मस्ट्राँगच्या मैत्रीचा साभार स्वीकार केला.

– आणि कोणालाही कल्पना येऊ शकणार नाही की, लिंकनच्या हलाखीत पुढे आर्मस्ट्राँगच्या बायकोने– हॅनाने– त्याच्या कपड्यांना ठिगळे लावली आणि प्रसंगी पोटभर जेवूही घातले.

– तर वकिली करीत असताना आर्मस्ट्राँगचा मुलगा डफ् याच्यावर खुनाचा खोटा आरोप आला असताना, आपल्या प्रयत्नांची पराकाष्ठा करून, कायद्याचे आपले ज्ञान पणाला लावून लिंकनने त्याला निर्दोष सोडवून घेतले.

अब्राहम लिंकन पुढे दोनदा अमेरिकेचा अध्यक्ष म्हणून निवडून आला. त्याच्या जीवनात प्रचंड उलथापालथी झाल्या; पण त्याच्या आणि आर्मस्ट्राँगच्या मैत्रीत कधी खंड पडला नाही.

◇◇◇

अब्राहम लिंकनला अमेरिकेच्या अध्यक्षपदाचे तिकीट मिळाले.

अनेकांना वाटले तो निवडून येणार नाही. पण न्यूयॉर्क संस्थानातल्या एका बालिकेला– ग्रेस बेडेलला– वाटले, लिंकन नक्कीच निवडून येईल आणि यावाही. तिच्या वडिलांनी उमेदवार लिंकनचे चित्र घरी आणले. ग्रेसने ते पाहिले. तिने त्याच्या उभट लांबट चेहऱ्याकडे पाहिले. तिच्या मनात एक कल्पना चमकून गेली. तिला वाटले, ती लिंकनला निवडणुकीत मदत करू शकेल.

तिने पटकन लिंकनला एक पत्र लिहून टाकले –

प्रिय सन्मान्य ए. लिंकन,

मी अकरा वर्षाची एक छोटी बालिका आहे. मला फार वाटतं आपण

निवडून यावं. हे पत्र लिहिण्यास मी मोठं धाडस केलं असं मानू नका. मला चार भाऊ आहेत. पैकी दोन तुम्हाला मतं देणार आहेत. पण तुम्ही थोडी दाढी राखलीत तर इतर दोघां भावांनी तुम्हाला मतं द्यावीत अशी खटपट मी करीन. तुमचा उभट चिंचोळा चेहरा दाढीत मोठा रुबाबदार दिसेल. सगळ्या बायकांना पुरुषांनी दाढी वाढविलेली आवडते. त्यांना आपल्या नवऱ्यांची मते तुमच्यासाठी मागणे सोयीचे नाही का होणार? मग तुम्ही निवडून याल. पत्रोत्तर यावे.

नमस्ते.

– ग्रेस बेडेल

फार कामात असताना लिंकनला ग्रेसचे पत्र मिळाले. ग्रेसने म्हटल्याप्रमाणे तो महत्त्वाचा माणूस होता, थोर पुरुष होता, इलिओनिस संस्थानचा विख्यात वकील होता. त्याने अमेरिकी काँग्रेसची सेवा केली होती. त्याला बायको होती. मुले होती. स्प्रिंग फील्डमध्ये लिंकन कुटुंब राहत होते.

अध्यक्षपदाकरिता उभा राहिल्यामुळे लिंकनला भाषणामागून भाषणे करावी लागत. गावोगावी हिंडावे लागे. सतत लोक भेटायला येत. अशा कार्यमग्न अवस्थेत त्याने ग्रेसचे पत्र वाचले. लिंकनला मुले आवडत. ग्रेस उत्तराची वाट पाहत असेल म्हणून त्याने तिला उत्तर पाठविले.

प्रिय बालिके,

तुझं गोड पत्र पोहोचलं. मला मुले आहेत. तुझ्यासारखी मुलगी नाही याचं वाईट वाटतं मला. मी दाढी कधीच राखली नाही. आता राखली तर लोक मला वेड्यात नाही का काढणार?

तुझा हितकारी<br>
ए. लिंकन

उत्तराचे पत्र वाचून ग्रेसचा आनंद गगनात मावेना. दाढी वाढविण्याबद्दल त्याने निश्चित होकार नकार कळविला नसल्यामुळे 'प्रश्न विचाराधीन आहे' अशी तिने समजूत करून घेतली. तिने लिंकनच्या प्रचाराचा धुमधडाका लावला. ती मिरवणुकीत सामील

होई. घंटा वाजवी. आपटबार उडवी, गाणी गाई. घोषणा देई, म्हणे –

"लिंकनलाच निवडून द्या.

लिंकन म्हणजे अमेरिकेची एकता.

लिंकन म्हणजे गुलामगिरीचा नाश."

गुलामांच्या प्रश्नावर अमेरिकेत वादळ होते. देशाचे दोन तुकडे पडतात, की काय अशी भीती निर्माण झाली होती.

६ नोव्हेंबर, १८६० रोजी लिंकन अमेरिकेचा सोळावा अध्यक्ष म्हणून निवडून आला. ग्रेसला हर्ष झाला. ती मनात म्हणाली, 'लिंकननं दाढी राखली असेल का?'

खास अध्यक्षीय रेल्वेने लिंकन कुटुंब वॉशिंग्टनला व्हाईट हाऊसमध्ये राहायला चालले. कित्येक दिवसांचा प्रवास. ठिकठिकाणी गाडी थांबे. जयजयकार होई. भाषणे होत. न्यूयॉर्क संस्थानातून गाडी चालली. एका सामान्य स्टेशनवर लिंकनने ती थांबविली. तो बाहेर आला. लोक स्वागताला होतेच. लिंकन बोलण्यासाठी बाहेर आला. तो म्हणाला,

"या गावात माझी एक छोटी मैत्रीण आहे. ती आली आहे काय? मला तिला भेटायचंय."

"पण नाव काय तिचं?"

"ग्रेस बेडेल."

एकदम शांतता पसरली. लोक एकमेकांकडे पाहू लागले. कुठूनतरी एक रेखीव पण गोड आवाज आला,

"मी, मी ग्रेस बेडेल."

ग्रेसला लोकांनी लिंकनकडे नेले. आनंद आणि आश्चर्य यांनी तिचे पाणीदार डोळे चमकत होते. तिच्या गालांचा गुलाबी रंग अधिकच खुलून दिसत होता. साहजिकच आहे. अमेरिकेचा अध्यक्ष तिला पुन्हा कधी भेटणार होता का? तिने मान वर केली. पाहिले तो लिंकनला दाढी. लिंकन हसला. त्याने ग्रेसला उचलून घेतले. लोकांना उद्देशून तो म्हणाला,

"या चिमुरड्या पोरीच्या आग्रहासाठी मी दाढी राखली. हिच्या मते त्याशिवाय अमेरिकी अध्यक्ष भारदस्त दिसणार नाही."

असे म्हणून त्याने तिच्या गुबगुबीत गालाची गोड पापी घेतली. टाळ्यांचा कडकडाट झाला. ग्रेसने 'थँक्यूऽ' म्हणत आपली सुटका करून घेतली. तिचा ऊर अभिमानाने भरून आला. तिने धिटाईने प्रचारातली एक घोषणा दिली,

“लिंकन म्हणजे अमेरिकेची एकता.
लिंकन म्हणजे गुलामगिरीचा नाश.”

पुन्हा टाळ्यांचा कडकडाट पडला. ग्रेसने हात उंचावला आणि अध्यक्षांची आगगाडी वॉशिंग्टनच्या दिशेने चालू लागली.

– आणि लिंकनने दाढी राखली ती कायमचीच.

◇◇◇

“बाबा, आईनं तुम्हाला जेवायला बोलावलंय.” बॉबी म्हणाला.

बाबांचे एक नाही, दोन नाही. ते आपल्या बुद्धिबळाच्या खेळात मग्न होते. बॉबी पुन्हा मोठ्याने म्हणाला,

“बाबा उठा, चला. तुम्हाला आईनं जेवायला बोलावलंय.”

याही बोलण्याचा परिणाम बाबांच्यावर झाला नाही. कोणता डाव आता प्रतिस्पर्धी देईल व मग आपण कोणती चाल करू याच विचारात ते गढून गेले होते.

बॉबी निराश होऊन परत फिरला. त्याने आईला सारी हकिगत सांगितली. आईला राग आला. ती म्हणाली,

“त्यांचं असलं खेळणं नि तू असला बुद्दू!”

“मी गं काय केलं आई?”

“काहीही करून तू त्यांना आणायला हवं होतंस. किती वेळ झालाय. त्यांना भूक लागली असेल. शिवाय जेवणही थंड होत चाललंय. जा आता, खेळ ठेवा म्हणावं गुंडाळून. आधी जेवा नि मग बसा म्हणावं बैठक मारून. आता एकटाच परत आलास तर ठोकूनच काढीन.”

बॉबी तीरासारखा परत फिरला. बाबांच्या शेजारी उभा राहून त्याने फरशीवर बूट आपटले. शेवटी कंटाळून ओरडून तो म्हणाला,

“बाबाऽ! चला जेवायला.”

सारे शांत, जणू काही घडलेच नाही. बॉबी काळजीत पडला. इकडे बाबा येत नाहीत, तिकडे आई ठोकून काढील. त्याची धोब्याच्या कुत्र्यासारखी गत झाली. बॉबी बाबांच्या अगदी जवळ गेला. बाबा आणि ट्रीटकाका डोक्याला डोके घासून आक्रमक

चालीचा विचार करीत असल्याचे त्याला दिसले. बॉबीच्या सुपीक डोक्यात एक विलक्षण शक्कल चमकून गेली. त्याने बुद्धिबळाच्या पटाखाली पाय घातला व पायाने पट उधळला, राजा-वजिरासकट प्यादी पालथी पडली. हत्ती गडबडा लोळू लागला. उंट मानेवर लचकला. घोडे चौखूर अडीच पावली उड्या मारू लागले!

या अनपेक्षित प्रसंगाने बाबानी व ट्रीटकाकानी चकित होऊन वर पाहिले. बॉबी घाबरत म्हणाला,

''बाबा, आईनं जेवायला बोलावलंय. चला.''

ट्रीटकाका चिडून गेले. ते म्हणाले,

''हा माझा मुलगा असता तर पुन्हा पट उधळायला त्याचा पायच मी जाग्यावर शिल्लक ठेवला नसता.''

''बॉबीचं नशीब.'' बाबा म्हणाले, ''म्हणून तो माझा, या अब्राहम लिंकनचा मुलगा झाला. असं पाहा मि. ट्रीट, आम्हाला शुद्धीवर आणण्याचे सर्व उपाय बॉबीनं केले असले पाहिजेत. साम, दाम, दंड झाल्यानंतरच पट उधळण्याचा 'भेद' हा त्याचा अखेरचा उपाय

असावा. मग बोला जज्जसाहेब, अपराधी कोण? प्रेसिडेंट व जज्ज की, बंडखोर बालक बॉबी?''

बॉबीबरोबर त्याचे वडील प्रेसिडेंट अब्राहम लिंकन व अमेरिकेचे वरिष्ठ न्यायाधीश मि. ट्रीट भोजनासाठी गेले. जेवताना बॉबी आपल्या आईला म्हणाला,

''आई, ट्रीट काकाना चार केक्स अधिक वाढ.''

''का रे, आजच त्यांना तुझा आग्रह?''

''आई, तूच नाही का म्हणत, की माणूस चिडलं की त्याला फार भूक लागली आहे असं समजावं!''

पंक्तीत एकच हशा पिकला.

◇◇◇

हिवाळ्यातल्या कडक आणि बोचऱ्या थंडीच्या त्या सायंकाळी वॉशिंग्टनच्या अध्यक्षीय निवासाकडे अधिकारी, मंत्री आणि सेनाधिकारी यांची रीघ लागली होती. दोन बडे पाहुणे येणार होते. त्यांना पाहायला सगळे उत्सुक होते.

एक पाहुणा होता तीन फूट उंचीचा मिस्टर टॉम आणि दुसरी पाहुणी होती पावणेतीन फूट उंचीची टॉमची बायको लॅविनिया. दोघांचे लग्न होऊन एकच आठवडा झाला होता. एका सर्कस बहादूराने टॉमला आपल्या सर्कशीत नोकरी देऊन युरोपभर हिंडवून अमाप पैसा मिळविला होता. पुढे त्यांच्या सर्कशीत लॅविनिया आली. दोघांचे प्रेम जमले व थाटात लग्नही झाले.

सर्कस अमेरिकेच्या दौऱ्यावर आली होती. अध्यक्षांनी त्यांच्या सन्मानार्थ स्वागत-समारंभ आयोजित केला होता.

घोडागाडीतून पाहुणे आले. दरवाजावर अध्यक्ष स्वागताला गेले. टॉमने हात पुढे केला. सहा फूट चार इंच उंचीच्या अध्यक्षांनी खूप वाकून टॉमशी हस्तांदोलन केले. मेरी लिंकनने लॅविनियाचा हात हातात घेतला. टाळ्यांचा कडकडाट झाला. पाहुणे दरबार हॉलमध्ये आले. गर्दीत अनेकांना ते दिसेनात हे अध्यक्षांच्या लक्षात येताच त्यानी टॉमला अलगद उचलले आणि उंच टेबलावर मांडलेल्या खास सोफासेटवर बसविले. त्याचप्रमाणे मेरीने लॅविनियास बसविले. सर्वांच्या दृष्टीस हे अनोखे पाहुणे पडताच हातातील रंगीत रुमाल हवेत उधळून उपस्थितांनी त्यांचे स्वागत केले. पाहुण्यांनी उभे राहून सर्वांना अभिवादन केले.

अल्पोपाहाराचा कार्यक्रम पार पडल्यावर अध्यक्ष म्हणाले, ''अमेरिकेत सर्वांचे समान स्वागत होत असते. भेदभाव ठेवला जात नाही.'' पाहुण्यांकडे वळून ते म्हणाले, ''तुम्ही या क्षणी सर्वांचे लक्ष इतके वेधून घेतले आहे की, प्रत्यक्ष मी अध्यक्ष बाजूस पडलो आहे. माझ्या देशातील ही तुमची सफर आनंदाची होवो, असे मी इच्छितो.''

अध्यक्षांच्या सर्वांत छोट्या मुलाने टॅडने पाहुण्यांना केक्स् व शीत पेये दिली. चौदा वर्षांचा तो मुलगा पाहुण्यांपेक्षा फूटभर उंच दिसत होता.

लिंकनच्या कारकिर्दीतली ही अपूर्व सायंकाळ अनेकांच्या चिरस्मरणात राहिली आहे.

◇◇◇

नोव्हेंबर महिन्यातल्या एका सायंकाळी अध्यक्ष लिंकनना एका समारंभाचे निमंत्रण आले. पेनसिल्वानियातील गेट्सबर्ग येथे यादवी युद्धात कामास आलेल्या सरकारी सैनिकांच्या स्मरणार्थ तो श्रद्धांजलीचा समारंभ होता. निमंत्रण पोहोचल्यापासून पंधरा दिवसांवर समारंभाची तारीख होती. समारंभ दोन महिने अगोदरच ठरविला गेला होता. तत्कालीन थोर वक्ता एडवर्ड एव्हरेट याला भाषण देण्यास बोलाविले होते व तशी निमंत्रणे गेली होती. अध्यक्षांना निमंत्रित केले नाही तर वाईट दिसेल म्हणून त्यांना बोलाविले होते.

समारंभाला जाऊन छोटेसे भाषणही करण्याचे अध्यक्षांनी ठरविले. पण या यादवी युद्धाच्या काळात त्यांच्यावर कामाचा इतका बोजा पडला होता की, तयारीसाठी त्यांना वेळच मिळाला नाही. ते टिपणे काढायला बसत त्याच वेळी काही तातडीचे काम निघे.

अध्यक्षीय गाडी सभास्थानाकडे चालली. वाटेत दर्शनार्थ गर्दी होई व सत्कार घडत. अध्यक्ष गेट्सबर्गला आले.

सभेला प्रचंड जनसमुदाय जमला होता. एडवर्ड एव्हरेटने दोन तास शैलीदार भाषण केले. श्रोते मंत्रमुग्ध झाले, त्यांनी कौतुकाच्या माना डोलावल्या.

अध्यक्ष बोलायला उभे राहिले. श्रोत्यांनी नाके मुरडतच त्यांच्याकडे पाहिले. त्यांना जणू म्हणायचे होते, एवढ्या सुंदर भाषणानंतर आपले अध्यक्ष महाराज काय बोलणार?

प्रसंगाचे गांभीर्य ओळखून अध्यक्ष दोनच मिनिटे बोलले. ते म्हणाले –

"बांधवहो,

आपले राष्ट्र केवळ सत्तर वर्षांचे आहे. ते जन्मत: नागरिकांना समान हक्क बहाल करते. सध्या आपण यादवी युद्धात गुरफटलो आहोत. ऐक्याचा

आणि समतेचा झेंडा उंचावताना काही शूर सैनिक बांधव या ठिकाणी आज चिरनिद्रा घेत आहेत. त्यांच्या जीवनाचे स्मरण करून आपण आपल्या भूमीत ऐक्य व समता रुजवू या, वाढवू या. – ज्या कारणाकरिता आपले हे सैनिक धारातीर्थी पतन पावले, ते इतके भव्य, दिव्य व उदात्त आहे, की त्यापासून जगाने स्फूर्ती घ्यावी. तसे पुढे घडेलही. त्यांची शिकवण जीवनात आणणे हीच त्यांना खरी श्रद्धांजली. तशी परमेश्वराने आपणास सद्बुद्धी द्यावी. पुन्हा एकदा या शूर वीरांचे पवित्र स्मरण करून मी आपली रजा घेतो.''

अध्यक्ष दोनच मिनिटे बोलले. त्यांचे बोल श्रोत्यांच्या हृदयाला जाऊन भिडले. अनेकांच्या डोळ्यांत अश्रू तरळले.

वृत्तपत्रांत छापून आले. एव्हरेटचे असामान्य भाषण व अध्यक्षांचा औपचारिक समारोप. एखाद्यानेच अध्यक्षांची दखल घेतली असेल नसेल. ढोलक्याच्या बडवाबडवीत सनईचा सूर कोणास ऐकू जात नाही हेच खरे!

चार दिवसांनी एव्हरेटची एक मुलाखत प्रसिद्ध झाली. तो म्हणाला,

''अध्यक्ष, दोन मिनिटांत जे सांगून गेले ते मी दोन तासांत करू शकलो नाही. इतके सुंदर भाषण मी आयुष्यात ऐकले नाही. कृत्रिम फुलांना रंग असतो, पण गंध नसतो; खरे भाषण डोक्यातून निघत नाही तर हृदयातून येते. हृदयाला हृदयाचीच भाषा कळते.''

आजही अध्यक्षांचे हे भाषण, भाषणाचा एक उत्कृष्ट नमुना म्हणून अमेरिकी मुलांना पाठांतराला दिले जाते.

◇◇◇

१४ एप्रिल, १८६५च्या सकाळी अध्यक्ष लिंकन मोठ्या खुषीत होते. यादवी युद्धाच्या विजयाच्या बातम्या कानी येत होत्या. दुपारच्या वेळी भोजनोत्तर पत्नी मेरीबरोबर ते वार्तालाप करीत होते. तेथे एक नाट्य संस्थेचा मालक त्यांना भेटण्यास आला तो म्हणाला,

''महाराज, एक विनंती करायची आहे.''

''बोला.''

''रात्री साडेनऊच्या नाटकास सहकुटुंब या.''

''पाहीन. कारण, कामं फार आहेत.''

''त्यांना येतो म्हणून सांगा.'' मेरी म्हणाल्या – ''डळमळीत नको; कामं रोजचीच आहेत. तेवढाच जिवाला विरंगुळा.''

अध्यक्ष पत्नी मेरीसह रात्री साडेनऊ वाजता नाटक पाहण्यास गेले. सोबत मेजर व मिसेस राथबोन होते.

पडदा उघडला गेला, नाटक सुरू झाले. मंत्रमुग्ध होऊन प्रेक्षक पाहत होते.

दहाचा सुमार असेल. पिस्तुलाचा एक बार उडाल्याचा आवाज झाला. आवाजाच्या दिशेने प्रेक्षकांचे लक्ष गेले.

बूथ नावाच्या नटाने अध्यक्षांवर अचूक गोळी झाडली होती. अध्यक्षांचा धिप्पाड देह कोसळून पडला होता. मेजर राथबोनने बूथला पकडण्याचा प्रयत्न केला; पण तो निसटला व घोड्यावर स्वार होऊन थिएटरच्या पाठीमागून पसार झाला.

उपचारासाठी अध्यक्षांना नजीकच्या इस्पितळात नेण्यात आले. स्ट्रँडन रात्रभर त्यांच्याजवळ बसून होता. सकाळी ७ वा. २२ मिनिटांनी तो बाहेर आला व सद्‌गदित कंठाने जमलेल्यांना उद्देशून म्हणाला,

''अखिल मानव जातीच्या हृदयावर त्याग, दया, क्षमा, शांती, सहिष्णुता, मानवता इ. गुणांच्या जोरावर राज्य करणारे आपले अध्यक्ष– महात्मा अब्राहम लिंकन आपणास सोडून गेले. अध्यक्षांच्या जीवनात कालची गुडफ्रायडेची सकाळ आनंदाचा प्रकाश घेऊन आली होती, तर आजची १५ तारखेची शनिवारची सकाळ आम्हा अमेरिकी नागरिकांच्या जीवनात दुःखाचा अंधार घेऊन आली आहे.

– परमेश्वर त्यांच्या आत्म्यास शांती देवो!''

◇◇◇

अब्राहम लिंकन त्यांच्या अभ्यासिकेत